प्रपात

प्रणव लेले

#AnyoneCanPublish with
सकाळ प्रकाशन

#AnyoneCanPublish with
सकाळ प्रकाशन

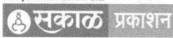

Prapat

© Pranav Alhad Lele, 2022

प्रपात

© प्रणव आल्हाद लेले, २०२२

प्रथम आवृत्ती	:	नोव्हेंबर २०२२
मुखपृष्ठ	:	सागरिका शुभ्रशंकर साधू
मांडणी	:	अनुज आर्ट्स
प्रकाशक	:	सकाळ मीडिया प्रा. लि. 595, बुधवार पेठ, पुणे 411 002

ISBN	:	978-93-95139-49-6
संपर्क	:	020-2440 5678 / 88888 49050 sakalprakashan@esakal.com

©All rights reserved.

No part of this publication may be reproduced or transmitted in any form or by any means, electronically or mechanically, including photocopying, recording, broadcasting, pod casting of any information storage or retrieval system without prior permission in writing form the writer or in accordance with the provisions of the Copy Right Act (1956) (as amended). Any person who does any unauthorised act in relation to this publication may be liable to criminal prosecution and civil claims for damages.

Disclaimer :

Although the author has taken every effort to ensure that the information in this book was conect at the time of printing, the author and publisher do not assume and hereby disclaim any liability to any party, society for any loss, damage, or disruption caused by errors or omissions, whether such errors and omissions are caused due to negligence, accident, amendment in Act Rules Bye laws or any other cause. The views expressed in this book are those of the Authors and do not necessarily reflect the views of the Publishers

मनोगत

माझ्या पहिल्या कवितेची उत्पत्तीच मुळात उद्विग्नतेमधून झाली. सभोवतालचा 'लक्ष्मी'ला चटावलेला मुर्दाड समाज बघून माझ्यातला कवी जागा झाला. मंदिर बांधताना कोणी कधी मदतीला अथवा विचारपूस करायला नाही आला. बांधून झाल्यावर मात्र त्याच्या मालकीसाठी समाजानं धिंगाणा घातला. विषण्ण करणारी परिस्थिती आजूबाजूला आहे. भारतात सर्वाधिक धार्मिक गुरू असण्याचं कारणही त्या परिस्थितीत आहे. मानसिक स्वास्थ्य कायमचं बिघडेल अशी परिस्थिती शतकानुशतके आहे. राजपुत्र गौतम त्या मानसिक स्थितीचे उत्तम उदाहरण आहे. 'अपेक्षा करू नयेत' हे वाक्यच मुळात समाजमन उथळ आणि संधीसाधू आहे हे सिद्ध करतं. अशा कल्लोळामुळे मी अध्यात्माऐवजी कलेचा मार्ग स्वीकारला. लेखनात माझे मन रमले आणि कवितांमधून मला कमी शब्दात बरेच काही सांगता आले.

'दवबिंदू' नावाने पहिला कवितासंग्रह बुकगंगा प्रकाशनाच्या मदतीनं प्रकाशित झाल्यावर चिंतनाला अधिक बळ मिळाले. सत्तर कविता असलेला 'प्रपात' नावाचा कवितासंग्रह समोर ठेवत आहे. माझे शब्द छापले गेले त्यांना 'अमरत्व' आले यापेक्षा अधिक आनंद तो कुठला? आज नाही तर उद्याच्या नवमानवाला उत्खननात ते शब्द सापडतील हा विचार मनाला दिलासा देतो.

या नवीन कवितासंग्रहात मी जे अनुभवले,वाचले,बघितले त्याचा सारांश आहे. माझी यामधील कुठलीच कविता ही टिका नसून मला जे प्रकर्षाने जाणवले त्याचे शब्दांकन आहे. एक माणूस म्हणून मी नेहमीच वैचारिक प्रगतीवर अढळ विश्वास ठेवून आहे. वैचारिक प्रगती समाजाला राहण्यास पोषक आणि प्रगल्भ बनवते. सरस्वती देवीला मी नेहमीच उच्चस्थानी मानतो. माझ्या आयुष्याच्या पोळ्यात ज्ञानाचा मधुरस अधिकाअधिक साठवून नंतर तो चाखण्यासाठी मी नेहमीच आतुर असतो. माझ्या कविता या त्या ज्ञानरसाचा अर्क आहेत. वाचकांना भावतील ही आशा करतो..

– प्रणव लेले

अनुक्रमणिका

प्रश्न संपत नाहीत । ६ ।

युद्ध । ७ ।

दगड । ८ ।

दंगल । ९ ।

स्त्रीची रूपे । १० ।

दुभंग । ११ ।

कवींची धर्मशाळा । १२ ।

लक्ष कविता । १३ ।

मुक्ती । १४ ।

दिसतं तसं नसतं । १५ ।

भगवा । १६ ।

आयुष्य म्हणजे काय? । १७ ।

ती अखेरीस आलीच । १८ ।

पाऊस । १९ ।

स्वभाव । २० ।

वेडा । २१ ।

कोण म्हणाले । २२ ।

क्षणिक पण स्वर्गीय । २३ ।
अस्पृश्य । २४ ।
श्रावणसरी । २५ ।
महादेव । २६ ।
सोबती । २७ ।
अहो काय सांगू... । २८ ।
मानव । २९ ।
चिंतातुर । ३० ।
आठवणी । ३१ ।
मायमराठी । ३२ ।
निद्रानाश । ३३ ।
आज । ३४ ।
वेडी आशा । ३५ ।
उत्पातापासून उत्पातापर्यंत । ३६ ।
काळ हा दमला । ३७ ।
लक्ष्मीचे गुलाम । ३८ ।
काजवा । ३९ ।
कुबड्या । ४० ।
पेराल ते उगवेल । ४१ ।
ऊर्जा । ४२ ।
मुखवटा । ४३ ।
आयुष्य नवे सापडले । ४४ ।
पुनर्जन्म । ४५ ।
तू परत येणार म्हणून । ४६ ।
अपूर्ण । ४७ ।
माझ्या खास मैत्रिणी । ४८ ।
देवाण-घेवाण । ४९ ।

चूक कोणाची? । ५० ।
अस्थिर मी आणि दारू । ५१ ।
कमनशिबी । ५२ ।
नक्की काय? । ५३ ।
मी परत आलो । ५४ ।
जादुई दुनिया । ५५ ।
स्त्रीचं जीणं । ५६ ।
प्राक्तन । ५७ ।
रडगाणे । ५८ ।
खरे जग । ५९ ।
बरे असते जर । ६० ।
पाऊलखुणा । ६१ ।
कृती महत्त्वाची । ६२ ।
कधीतरी । ६३ ।
निष्कांचन । ६४ ।
एकटी । ६५ ।
मोक्ष । ६६ ।
खाणाखुणा । ६७ ।
कल्लोळ । ६८ ।
हर हर महादेव । ६९ ।
ज्ञानाची आस । ७० ।
जीवनपथ । ७१ ।
अपेक्षा । ७२ ।
आयुष्याची कथा । ७३ ।
मधमाशी । ७४ ।
संयम । ७५ ।
जीवन सूत्र... । ७६ ।

प्रश्न संपत नाहीत

समाधिस्थ मला बसवत नाही,
उघडे डोळे काही मोठे तज्ज्ञ नाहीत...

स्वस्थता मला वाकुल्या दाखवते,
अस्वस्थता ठोक्यांचा नाद चुकवते.

दु:खी कष्टी मला राहवत नाही,
आनंदी चांदण्या मला सापडत नाहीत.

भक्तीचे सात्विक ढोंग मला खुपते,
विज्ञानडोही सर्व उत्तरांचे समाधान नसते.

प्रगल्भता मला फारशी पचत नाही,
अल्लडपणाचे मृग सावध नाहीत.

अंतराळात भटकणे स्वप्न असते,
पृथ्वीवर राहणे धोक्याचे वाटते.

उत्तरांशिवाय माझे अस्तित्व नाही,
आकाशीचे तारे काही केल्या संपत नाहीत...

युद्ध

आगगोळा तो भयंकर, भिंतीवर आदळला.
घराचे घरपण भस्मसात करून विझला.
पिढ्यांचा सर्वनाश क्षणार्धात झाला
सुरकुतलेल्या चेहऱ्यांचा आधार संपला...

निर्जिव तो आगगोळा सहजच डागला
एका सजिवाने दुसऱ्याचा गळा आवळला
सुंदर सजीव वृक्ष अखंड जळाला
केविलवाणा हंबरडा कोणी न ऐकला...

माणूस मायेला पारखा झाला
उद्या, आजच राखेत हरवला
सर्व मूल्यांचा चक्काचूर जाहला
माणुसकीचा झेंडा अर्धा फाटला...

माणसाला येऊ नये माणसाचा कळवळा?
अरे कशाला इतिहास खोदून काढला?
प्रार्थनेचा मनोरा कराकरा वाकवला
स्वप्ने बघायला जिवंत कोणास ठेवला?
बंद करा तो 'राजकारणी' बदला
थांबवा निष्पापांचा मरण सोहळा
राजकारण्यांनो! भरवा कुस्तीची स्पर्धा
एकमेकांना आदळून विझवा पुरुषार्थाचा वणवा
माणसुकीला तुमच्या आगीतून वाचवा
लोकशाहीचा कधीतरी मान राखा...

दगड

शेंदूर फासून मला मूर्ती बनवू नका!
कधी काळी मला 'दगड' म्हणालात, हे विसरू नका!

शेंदूर फासून झाले, तुमचे मानसिक समाधान,
माझ्या वेदनेवर लेप गुणकारी आहे,असे समजू नका!

तुमच्या दोषमुक्ततेसाठी मंदिराचा खटाटोप सारा,
प्रेमाच्या मिठीचा मी आजही भुकेला, हे विसरू नका!

छिन्नी-हातोडे मारून मला सुंदर केलेत,
मी भूतकाळ विसरून जाईन, असे समजू नका!

वाहवा मिळवण्यासाठी सारे मंत्र रचलेत,
शब्द माझ्याकडेही आहेत, हे विसरू नका!

दर उत्सवाला शेंदुराचे थर चढवू नका,
माझे दुःख झाकले जाईल, असे समजू नका!

दंगल

दंगलीत अर्धवट देह जळालेला,
होता तिथे निपचित पडलेला,
गोळा झाला आकाशी घारींचा जथा,
माणुसकीचे आज लचके तोडायला!

पेटवणारा कैदेत सडला,
जळणारा स्वस्तात मेला,
आदेश देणाऱ्याच्या घरा,
मटणाचा थाट आज रंगला!

उपाशी कुत्र्याचा दाणा जळाला,
स्वप्नांचा चक्काचूर क्षणार्धात झाला,
मूल्यांचा तिथे नग्न लिलाव झाला,
आगीला भस्म्या रोग जडला!

धर्मांध आरोळीचा सूर बदलला,
तलवारी साऱ्या रक्ताला चटावल्या,
सैतान नरकात लपून बसला,
देवाने आज पुन्हा एकदा माणसाचा गळा कापला!...

स्त्रीची रूपे

तुझा आवाज कित्येकांनी हजारो वर्षे दाबला,
त्या सर्वांनीच तुला नाव दिले 'अबला'.

कर्मकांडात व्यस्त होती यांची मती
तुला आगीत ढकलत, नाव दिले 'सती'.

म्हाता-या पुरूषांना नव्हती मुलींची वानवा,
तुझा चकोट करून म्हणाले तुला 'विधवा'.

समाजाची 'नीट' घडी बसवणाऱ्यांची बुद्धी मात्र अधू
भातुकलीतून उठवून संसारात ढकलून केले तुला 'बालवधू'.

उपभोगासाठी तुला मनसोक्त वापरले,
गरज संपताच एक 'वेश्या' म्हणून हिणवले.

मूल होत नव्हते तर दोष फक्त तुझ्यात होता
'वांझ' म्हणताना यांचा धर्म बुडत नव्हता.

पोरासाठीच सगळी व्रते, तो जन्मला म्हणून सुदीन,
समान हक्काची मागणी करणारी ठरली 'संस्कारहीन'.

'स्त्री' ला स्वतंत्र मानणारा या जगात कोण होता?
देवाचा आवाज ऐकणारा पण 'तो' होता,
जगदंबेच्या मंदिराचा पुजारीदेखील पुरूषच होता!

दुभंग

कधी त्या सुकलेल्या पानाला विचारलंस,
झाडावर हिरवं रहायची मजा काय होती?

कधी त्या भकास रेतीला विचारलंस,
अभिषेक अनुभवायची मजा काय होती?

कधी त्या खाऱ्या पाण्याला विचारलंस,
गंगेच्या पात्रात तरंगायची मजा काय होती?

कधी त्या विरळ धुक्याला विचारलंस,
सूर्याला झाकण्याची मजा काय होती?

कधी माझ्या दुभंग मनाला विचारलंस,
तू जाताना त्याची सजा काय होती?

तू मृत्यूला बिलगत विचारलंस,
सुंदर जगण्याची मजा काय होती…?

कवींची धर्मशाळा

कवितेच्या धर्मशाळेत आज निघालो मी!
अमृताचे माझे प्याले अर्धे रिते जरी!

नकळत मी ओलांडला घराचा उंबरठा
जीव कळवळला जेव्हा ऐकला वेदनेचा हंबरडा

वाटेत दमलो, क्षणिक थांबलो, बघितले मस्तकावरी,
गझलतारा चमकत होता, अढळ स्थानी विराजुनी!

भुकेसाठी बरोबर होता, महान कवींचा मधाळ रस
बहिणाबाईंच्या जात्यातले पीठ होते फार सकस!

कवींच्या या नभी शोधतो माझे शब्दसमूह मी,
गवसला जर नवतारा, नाव माझे कोरीन मी!

धर्मशाळेत भरले होते तेजस्वी कवींचे संमेलन
आजही मी द्वारात उभा, स्वतःचे करून आकलन!

लक्ष कविता

तिच्यापासून मी खूप दूर गेलो, तिला उमगलेच नाही!
समोर खडकावर मी उभा, तिला दिसलेच नाही!

रेतीवर सारे मी रेखिले होते,
भरतीला ते कळालेच नाही!

पाण्यात मनसोक्त बुडली तिची पाउले,
तळाशी मी गोठलो, तिनं बघितलेच नाही!

माझे चित्र रेखाटायला तिनं रंग आणले,
माझी सावली होती, तिला भानच नाही!

मी अबोल झालो, तिला पटले नाही!
मी लक्ष कविता लिहिल्या, तिनं वाचल्याच नाहीत!

मुक्ती

अवकाशाच्या या पटलावर
घर तुझे शोधतो...

ताऱ्यांच्या या गर्दीत
वाट तुझी पुसतो

पेटत्या या धूमकेतूस
वाटाड्या म्हणून नेमतो...

नक्षत्रांच्या समूहात
हास्य तुझे हेरतो..

सप्तर्षिंच्या आश्रमात
अंधुकतारा लुकलुकतो...

मिळाली अखेरीस मजला
प्रवास माझा संपतो...

शब्दांना आज ताल लावूनी
गीत तुझे गुणगुणतो...

दिसतं तसं नसतं

मला दिसतो तो प्रकाश असतो
का वातावरणाने निर्मिलेला अविष्कार असतो...

अंधार फक्त सूर्योदयापर्यंतच असतो
का सूर्य फक्त काही काळासाठी त्याला गडप करतो...

हे विश्व खरंच प्रसरण पावत असते
की मानवी मेंदूला सीमा नसते...

मला जे दिसते ते सत्य असते
की माझ्यापाठीमागे जे घडते तिथे सत्य दडलेले असते...

'मी' ही वस्तुस्थिती असते
की दुसऱ्यांच्या इच्छेमधले ते एक पात्र असते...

वृक्ष खरोखर इतक्या उंचीची इच्छाशक्ती बाळगतात
का उत्क्रांतीच्या जीवघेण्या स्पर्धेत ते गगनाला भिडतात...

देव खरच न्यायासाठी दानवाला मारतो
का तो वर्चस्ववादाचा बळी असतो?
मी खरंच मला काही उमजते म्हणून लिहितो
की माझ्याच विचारांच्या जाळ्यात अडकलेला मी एक लेखक असतो...

भगवा

ज्वालामुखीच्या उसळत्या रसात भगवा माझा.
सह्याद्रीच्या निर्मितीत होता भगवा माझा.

आकाशी उंच फडकतो,
सूर्याच्या बिंबात वसे भगवा माझा.

अटकेपार झुंजत जातो,
रायगडी दिमाखात उभा भगवा माझा.

मुडद्याला देखील जिवंत करतो,
हर हर महादेवाच्या गजरात भगवा माझा.

धमन्यांमधूनी खळाळत वाहतो,
देशाला राष्ट्र म्हणून घडवतो भगवा माझा.

त्याग, संयम शिकवतो,
असीम शौर्य, आहुतींचा भगवा माझा.

गुलामीचा कळीकाळ असतो,
संस्कृतीच्या पाऊलखुणा म्हणजेच भगवा माझा...

आयुष्य म्हणजे काय?

मला जर विचाराल आयुष्य काय असतं?
तर मी म्हणेन,
ते हास्याचं टपकणं,
अश्रूंचं टिपकणं,
वेदनांचं ठिबकणं,
नात्याचं बहरणं,
संबंधांचं बिघडणं,
प्रेमाचं मोहरणं,
रूसव्याचं फुगणं,
विचारांचं बदलणं,
तत्वांचं घडणं,
काम, क्रोध, मद, मत्सर,
द्वेष, इर्षा, असूया, दुःख
यांचं जालीम मिश्रण असतं...
लिहिता लिहिता मला जाणवलं,
आयुष्य ना प्रगल्भ मेंदूचं वेडं बाळ असतं...

ती अखेरीस आलीच

ती वाऱ्यावर बेफान स्वार होऊन आली,
ती आगामी कल्लोळाची तार घेवून आली!

प्रथमच मी सगळं अनुभवत होतो,
ती वादळी पावसाचा वार घेवून आली!

गोंधळलेला मी पळतोय सैरावैरा,
ती तुफान वादळाचा हार घेवून आली!

फाटक्या कपड्यांचा गुलाम मी साधा,
ती नानाविध शक्यतांचे द्वार उघडून आली!

सद-यात माझ्या आशेचा किरण तेवत होता,
ती समस्यांची त्यावर धार सोडून आली!

हार मानायचा माझा पिंडच नव्हता,
ती 'वेळ' अखेरीस बहार घेवून आली!

पाऊस

ती अधीर सर, वारा बेफान!
मी गंभीर, दामिनीचे थैमान!

तो सुगंध, तो हवाहवासा मृदगंध,
मैलों दूर गळालंय, शेतकऱ्याचे अवसान!

सरींवर सरी, धबधब्यांचे प्रपात,
निसर्गाच्या कुशीत झालंय, शेतीचं नुकसान!

तो आलाच होता अवकाळी, उगाच,
जलपरी आज भासे वेगळीच, जणू हैवान!

मी माझा दंग, चित्त माझे अभंग,
हिरव्या मावळात आज, फाटलंय आसमान!

माझ्यासाठी तो तुषारांचा सण,
शेतकरी दादा मागतोय, कर्जाचे दान!

स्वभाव

मी वाईट लोकांशी वाईट वागतो
म्हणून माझा स्वभाव वाईट नसतो

मी सज्जनांशी सज्जनपणे वागतो
म्हणून मी सज्जन ठरत नसतो

मी ज्ञानी लोकांशी हुज्जत घालतो
म्हणून मी ज्ञानी नसतो

मी प्राणीमात्रांशी प्रेमभावाने वागतो
म्हणून मी प्रेमळ नसतो

मी सगळयांकडे बघून हसतो
म्हणून मी खूशालचेंडू नसतो

मी काही ठिकाणी नाटकं करतो
म्हणून मी नाटकी नसतो

थोडक्यात मी परिस्थितीजन्य वागत असतो
कधी पटलेल्या विचारांमुळे वागत असतो
कधी मनाविरूद्ध वागत असतो
मग मुळ स्वभाव नक्की कसा असतो?
तो मूलभूत गरजांचा तुडवडा भासल्यावर कळतो...

वेडा

आयुष्य त्याचं व्यर्थ होतं,
पण त्याला ते कधीच कळणार नव्हतं!

पृथ्वी वेड्या हट्टापायी भाजून काढली,
अहंकार आणि द्वेषाने तिला न्हाऊ घातली!

स्वर्गासाठी त्या वेड्यानं काय नाही केलं?
पशुंना क्रूरपणे खेचत वेदीवर चढवलं!
पोटच्या पोरांना सहजपणे दरीत फेकून दिलं!

स्वतःला वेड्या नियमांनी घट्ट आवळलं,
'माणुसकी' म्हणून गाईंना गूपचूप रस्त्यावर सोडून दिलं!

कळस कसे गगनाला भिडले
मनोरे 'त्या' क्रॉसनी सजले
घुमट लगोलग चंद्रानं सजले.

स्वर्ग काही केल्या त्याला मिळेना,
स्त्रियांना बंधनात अडकवले,
तरी स्वर्गाचा ईश्वर बधेना...
सहानुभूती स्वर्गाची पायवाट आणि खरे प्रेम त्याचे द्वार होते,
ज्ञानाचे अंताला फक्त मंदीर बांधायचे होते,
उर्जेचे अस्तित्व तिथे अनुभवायचे होते
'वेड्या' स्वर्ग मिळवणे इतके साधे होते...

कोण म्हणाले

कोण म्हणाले मला अंत नाही!
मी कुठला मोठा संत नाही!

निष्काम कर्मयोगाला कुठे उरली जागा?
पण तो न जमल्याची खंत नाही!

आशेची किरणे फोफावली हे खरे,
त्याची कारणमीमांसा तंतोतंत नाही!

जगायची आसक्ती असते फार,
कुठेतरी थांबायचे, ती अनंत नाही!

मरणार मी कधीतरी, वाटतेच मला भिती,
काही अश्रू सरणावर पडतील, एवढा मी किर्तीवंत नाही!

क्षणिक पण स्वर्गीय

रक्तफुलांनी संपृक्त तो वृक्ष मोहक किती,
मागे ढगाळ गूढ आकाशाची सजली मिती!

जमीन भिजली होती लाल रंगी,
चित्त माझे खिळले तिच्या अंगी!

सदेह समाधीची कथाच तिथे साक्षात उभी,
गात्रांनी अनुभवली स्वर्गीय अनुभूती!

वाटत होती भिनावी अंगी ती लाली,
उर्जेचे तांडव पहावे ध्यानस्थ बसुनी!

निसर्गाची स्पंदने असतात फार जादुई,
ते चित्र विरले नाही,
जरी भौतिक जगात माझी काया रमली!

अस्पृश्य

कुठल्या जातीत जन्माला येणं माझ्या हातात नव्हतं,
जातीला नाही, मला वाळीत टाकून गेलात!

चेहरा निवडणं माझ्या हातात नव्हतं,
कुरूप म्हणून मला दूर सारून गेलात!

रंगाच्या दुनियेचा मी अजाण मनुष्य,
काळा ठिपका म्हणून पुसून गेलात!

तुमची घाण साफ करायला मला बोलावलत,
घाणेरडा हिणवून वेशीबाहेर हाकलून दिलत!

मला खूप शिकायचं होतं,
लेखणीच्या ऐवजी कुऱ्हाड देऊन रानात पाठवलत!

मला मनुष्य म्हणून जगायचं होतं,
पशूपेक्षा वाईट आयुष्य जगायला लावलत!

श्रावणसरी

'ती' मला कायमची सोडून गेली
तरीदेखील ती माझ्या आठवणीत उरली.

नेमकी 'त्या' दिवशी हलकी सर बिलगली,
अन् दाट धुक्यामधून 'ती' मला स्पर्शून गेली.

शुष्क पानेदेखील आज हळवी होती,
आठवणींच्या पडद्यामागून ती डोकावली होती.

श्रावणसरींना उगा त्या सूर्याचा पुळका,
दाबलेली जखम आज पुन्हा भळभळत होती.

महादेव

भाग्योदयाच्या आशेची राख फासून फिरतो मी!
महादेवाच्या नामाचा गजर रोज करतो मी!

'महादेव' त्या अक्षय्य उर्जेचे रूप साकार!
बुडत्याला असतो त्याच्या त्रिशुळाचा आधार!

'डमडम,डमडम' त्याचा डमरू वाजतो!
थकलेल्या जीवाला 'नाद' नवी उभारी देतो!

तांडव करतो, निर्मितो तरंग अमाप!
तरंगात लपली मोठी उर्जा, विसरून जा सारा संताप!

वंदन करून त्या गूढ अक्षय्य शक्तीस!
अंतर्मनातले 'हास्य' आज मी शोधीन!

अक्षय्य आमचा महादेव,
त्याचा नाश कोण करणार?
अक्षय्य त्याच्यातला कण मी,
माझा सारांश कोण सांगणार?
भिनवून ती उर्जा माझ्या मनात!
शिवगंध लावून नाचतो मी माझ्या नादात!

सोबती

तेजाचा होतो मी चाहता,
अंधार होता माझ्या सोबतीला!

तेजाचे मन ढगात अडकले होते,
ढगाचे चित्त पावसाने विचलित होते!

पावसाला मृदेची ओढ भारी,
मृदेचा जीव अडकला अंकुरी!

अंकुराला कोण घाई वृक्षात घडायची,
वृक्षाला ग्रीष्मात तृष्णा पुढच्या पर्जन्याची!

पर्जन्य पाहे वाट कृष्णमेघांची,
कृष्णमेघाच्या मागे शय्या दिनकरांची!

वेडा मी तसाच झुरलो तेजासाठी,
अंधार थबकला माझ्या एका हास्यासाठी!

अहो काय सांगू...

प्रश्नांच्या धुवांधार पावसात कधी भिजलात का?
उत्तरांच्या कापडानं कधी अंग पुसलत का?
नाही? अहो काय सांगू, काय मजा असते ते...

दुःखाच्या वाळवंटात कधी भटकलात का?
सुखाच्या डोहात कधी डुंबलात का?
नाही? अहो काय सांगू, काय मजा असते ते...

अपयशाच्या दलदलित कधी रूतलात का?
यशाच्या शिखरावर कधी पोहोचलात का?
नाही? अहो काय सांगू, काय मजा असते ते...

नात्यांच्या गर्दीमध्ये कधी हरवलात का?
एकट्यानं गाभाऱ्यात कधी बसलात का?
नाही? अहो काय सांगू, काय मजा असते ते...

गाढवांप्रमाणे ओझी कधी वाहिलित का?
घोड्यांच्या शर्यतीत कधी धावलात का?
नाही? अहो काय सांगू,काय मजा असते ते...

मृगजळाच्या तिरावर कधी रडलात का?
स्वप्नांच्या समुद्रात कधी पोहोलात का?
नाही? अहो काय सांगू, काय मजा असते ते...

कसं सांगू तुम्हाला नक्की कसं वाटतं ते?
आयुष्य किती संपृक्त भासतं ते,
धन आणि ऋण या दोहोंची गरज असते,
एका भारावर कोणी बघितले का? दिवे उजळलेले?

मानव

या पृथ्वीवर अजूनही पहिल्या मानवाचा वंश होता!
कुठेतरी त्याच्यात रानटीपणाचा अंश होता!

सर्वदूर इथे अनागोंदीचा बाजार,
मानव त्या सगळ्यांचा सारांश होता!

धर्म होता श्रीमंत, राजाचे सोन्याचे रक्त,
मानवाला मात्र लाचारीचा दंश होता!

अवकाशात फेरफटक्याची यांना भारी घाई,
खालचा मानव आजही नृशंस होता!

पृथ्वीचा खरा इतिहास कुठेतरी हरवला,
आपण वाचलेला मानवनिर्मित अपभ्रंश होता!

चिंतातुर

फुकाची काटकसर करून काय मिळवलेस?
स्मशानात तुझ्या देहाची राखच होती

सोन्याचे काही कण का नाही खाल्लेस?
मनाची श्रीमंती तरी दिसली असती..

दुखरा चेहरा ठेवून काय दाखवलेस?
चंद्राची काळी बाजू मी मागितलीच नव्हती

अपेक्षांच्या डोंगरावर मंदिर का नाही बांधलेस?
भक्तांच्या पुरात दक्षिणा तरी मिळाली असती...

आयुष्याला मुजरा करून काय साधलेस?
'वाकलेल्या कण्याची' आयुष्याला फिकीर नव्हती...

अमृताचे चार थेंब का नाही प्यायलेस?
चार रात्री तरी माझी इंद्रिये सुखानं जगली असती...

आठवणी

आठवणींच्या अणूपासून माझी सुरूवात!
आठवणींच्या महावृक्षापर्यंतचा माझा प्रवास!

आईच्या गर्भातल्या माझ्या शून्य आठवणी!
मरणानंतरच्या जगाचे मला ज्ञान नाही!

आठवणींचे कुठेतरी लोणचे घातले
काहींना छतावर वाळत ठेवले
इतर आठवणींना गंगेत सोडून दिले
उरल्या सुरल्यांना राखेत मिसळून टाकले!

आठवणी माझ्या भूतकाळाचे छायाचित्र,
आठवणी माझ्या चुकांचे चरित्र!

मरणाची व्याख्या फार साधी होती,
महावृक्षाची 'अणू'कडे वाटचाल चालू झाली
पुढच्या जन्मी परत त्या 'अणू'पासून सुरूवात होती
मागच्या जन्माची आठवण आदिमायेने अणूत लपवून ठेवली होती.

मायमराठी

महाराष्ट्राच्या मातीत मराठी पीक आले नाही!
माझी 'कविता' माझ्याच पिढीला कळाली नाही!

मातृभाषा जरी मराठी माझी,
परकीय भाषेपेक्षा आज अनभिज्ञ झाली!

मराठी खचितच अमृताहुनी गोड होती,
आस्वादासाठी ग्राहकसंख्या जेमतेम होती!

लंगड्या इंग्रजीनं मराठीचे अमरत्व संपवले,
साहित्यामध्ये शेवटचे आयुष्य तेवढे उरले!

मरणासन्न 'मायमराठी' शेवटच्या घटका मोजत होती,
माझे 'गढूळ' का असेना पण ते पाणी पाजायची माझी इच्छा होती!...

निद्रानाश

चौफेर जरी शांतता भासली,
तरी रात्र माझ्या कानात कुजबुजली,
रात्र वैराची आहे, झोपायची वेळ गेली!

निशाचरांना बाहेर संचारबंदी
दिवसाचा पक्षी कधी उडालाच नाही
वैरी जरी वार करून गेले,
तरी निद्रानाश मला कधी जडला नाही!

शांततेत ज्याला ऐकू आले
मन त्याचे सैरभैर झाले
शब्द भले कानावर पडले
पण बोलणारा कधी सापडला नाही!

क्रांतीची मशाल पावसात मरून गेली,
रात्र पुन्हा एकदा विचार घेऊन आली
मला निद्रानाश अजूनही नडला नाही!

आज

आयुष्य दोन प्रकारांनी घडते,
विचार तुम्हाला घडवतात
नाहीतर तुम्ही विचारांना घडवता.

आयुष्यात दोन पर्याय असतात
दोन्हींमध्ये दोन स्वतंत्र भविष्य जन्म घेतात.

भविष्य वेशीवर वाट बघत असते,
दिशादर्शक लावण्याचे काम तुमच्यावर असते.

'आज' व्यर्थ जगून कुठला फायदा?
जर 'उद्या' यायचे आधीच पक्के असते.

'आज' कसा जगायचा हे कोणी सांगाल का?
कालचे विवेचन आणि उद्याचे लांगुललाचन थांबवाल का?

'आज' हा केव्हातरी भविष्यात होता
'काल' हा कधीतरी 'आज' होता.

दोन दगडींवर पाय ठेवून,
मी रिकामा उभा होतो,
'काल' विकत घेतलेले बियाणे
'आज' पेरायचे पुन्हा विसरलो होतो.

वेडी आशा

आशेच्या पायवाटेवर अनंत काळ चाललो,
सभोवताली उगवले निवडुंग,
पण भानावर नाही आलो!

वेड्या आशेला मी अध्यापक नेमले,
भ्रमाचे भोपळे मी परीक्षेत मिळवले!

आशेलाही दिसले तिच्यातील नैराश्य,
पराभवाचे नाही ओसरले विकट हास्य!

त्या पायवाटेवर होते काटेच पेरलेले,
आशेमुळे मला ते हिरवे कोंब भासले!

निवडुंगात उरले होते फक्त काटे,
सूर्यनि वाळवंटी चांगलेच भाजून काढले!

प्रवासात मी आजन्म एकटा होतो,
मृगजळाच्या आशेवर श्वासाशी झगडत होतो!

उत्पातापासून उत्पातापर्यंत

विश्वाच्या उत्पाताचे कैक रंग होते!
सूर्यमालेचे ग्रह त्याचे अंग होते!

उत्पातातूनच घडले येथे जीवन,
विविध रंग त्याच्या संग होते!

हे सारे कधीतरी थांबायचेच,
समुद्राचे सर्वस्व तरीही चंद्रामध्ये दंग होते!

या जगात कुठे काही शाश्वत उरते,
मानवाच्या विचारांचे तरीही वेगळेच ढंग होते!

मोठा उत्पात पुन्हा एकदा गर्भात जन्मला,
सोमनाथाचे चित्त आज काहीसे भंग होते!

काळ हा दमला

दृष्टी होती पण सृष्टी कधी दिसेना,
आवाजाच्या तरंगाकडे मान माझी वळेना!

वासरांत होती लंगडी गाय शहाणी,
श्रीमंती होती, पण चाललो मी अनवाणी!

जे न देखे रवी, ते देखे कवी,
शब्द जुनेच, विझताना धार होती नवी!

वाघाचे कातडे पांघरून फिरलो मी काही काळ,
लांडग्याला अखेरीस लागली कळपाचीच ढाल!

अंधाधुंद सारे, अन् फुटके भाग्य मिळाले मला,
विझलो मी की हा काळ अखेरीस दमला?

लक्ष्मीचे गुलाम

लक्ष्मीची पावले रेखाटली किती सुंदर!
सरस्वतीचे अस्तित्व होते त्या काळ्या पाटीवर!

काळी पाटी काळाच्या पडद्याआड गेली,
सरस्वती नदी कायमची लुप्त झाली!

तिची वीणा रेखाटणे कधी जमले नाही,
बुद्धीचे आणि आमचे सूर कधी जुळले नाही!

हिंदुस्थान अंधारात चाचपडत होता,
गुलामीला स्वातंत्र्य समजत होता!

पैशाचा पाऊस रोज हवा होता,
सरस्वती नदीचा विसर पडला होता!

लक्ष्मीच्या चंचलतेची आम्हास भुरळ पडली,
सरस्वतीच्या स्थैर्याची आम्हास फिकीर नव्हती!

'कामगार' आहोत याची कधी जाणीव झाली नाही,
अव्याहत परिश्रमाची साधी 'लाज' वाटली नाही!

मोलमजुरी करताना आयुष्य संपले,
येणाऱ्या सुनेला लक्ष्मीरूपच मानले!

त्या लक्ष्मीपोटी सरस्वतीने कधी जन्म घेतला नाही,
'नालंदा' अजूनही भीषण आगीतून सावरले नाही!

काजवा

काजव्यासारख्या प्रेमाचा सोहळाच न्यारा!
चार दिस 'तो' देतोय 'तिला' प्रकाशून इशारा!
क्षणिक पण विलोभनीय असतो तो नजारा!
प्रेमाच्या या अविष्काराला लाभला अमावस्येचा सहारा!
पळभराच्या या श्रृंगारात छेडल्या मनीच्या तारा!
विरहाच्या विचारांचा विरला हवेत नारा!
शाश्वत प्रेमाचा होता, त्यांच्यावर जागता पहारा!

कुबड्या

कुबड्यांवर चाललो मी अन् तो प्रतिभावान पुढे चालला,
कसा पोहोचू मी त्याच्या नजीक,
कुबडीचा पाय नेमका अडखळला...

हिमनगाच्या रांगा तो मस्त न्याहाळत होता,
त्याला गाठायचा माझा प्रयत्न चालू होता!

शाश्वत सत्याच्या तो मागे होता,
प्रसिद्धीसाठी माझा जीव तडफडत होता,

सरस्वती त्याच्या मस्तकी विराजमान होती,
लक्ष्मीची पावले रेखाटण्यात माझी मती गुंग होती...

क्षणिक तो त्या खडकावरी विसावला,
धावलो मी तत्पर त्यादिशी

परत त्याचा प्रवास चालू झाला,
हाय, मी आजही कुबड्यांवरचा प्रवासी!

कसा पोहोचू मी नजीक?
विकत घेतलेल्या या ज्ञानावरी?

प्रतिभावान चाले आजही पुढे,
मी अडकलो दलदलीच्या प्रदेशी!...

पेराल ते उगवेल

हापूसच्या झाडानं 'पायरी' आंबा दिला,
अन् तू लगेच नाराज झालास?
स्वतःच्या निगराणीचा दर्जा तपासलास?
नशीब समज पायरी तरी मिळाला...

तुला प्रेम नाही तर अपमान मिळाला,
अन् तूझा भ्रमनिरास झाला?
शेवटचा कधी डोहात डोकावलास?
नशीब समज फक्त अपमानच मिळाला...

नेहमीच तुझी प्रतिक्रिया होती,
अशा गैरसमजात का राहिलास?
माझ्या क्रियेचे ओरखडे जगाला दाखवून आलास,
नशीब समज ओरखड्यांवर माझा स्वभाव थांबला...

तू जे पेरलंस तेच तुला मिळालं
वेड्या भ्रमात तू संपलास
तुझ्या राखेत साधा अंकुर पण नाही उगवला....

ऊर्जा

हे आयुष्य सारा ऊर्जेचा खेळ!
स्व आणि भोवतालचे जग यांचा तो मेळ!

ज्याला उमगले ऊर्जा अक्षय्यतेचे महत्व!
त्याला सापडले जगायचे सोपे तत्व!

प्राचीन मंदिरात अनुभवायची असते ऊर्जा!
आयुष्य व्यर्थ जर तुम्ही करता फक्त पूजा-अर्चा!

विष्णू, महेश, देवी, एलिहा ही रूपे तिचीच,
त्यांच्यावरून तंटे करून पातळी दिसली तुमचीच!

ऊर्जेचा उत्सव तो अनुभवण्यात मजा होती,
नाहीतर सारेच सण तशीही एक सजाच होती!

मुखवटा

प्रत्येकजण इथे स्वतःचं सत्य लपवत असतो!
प्रत्येकजण इथे दुसऱ्याचं सत्य दडपत असतो!

येतं अधून-मधून सत्य माझ्यासमोर,
जाडजूड झाकण ठेवून मी ते दडवत असतो!

आरश्याला काय कळणार सत्याची धार,
उगाच का मी मुखवटा घालून फिरत असतो!

तुम्ही फाडत रहा सत्याचे मुखवटे टराटरा,
अर्धसत्याची सुई मी रोज टोचत असतो

आयुष्याच्या संध्याकाळी कसली वचनं ऐकताय?
मृत्यूपाशी झोपून मी रोज जगत असतो!

भ्रमातून बाहेर पडलात तर या एकदा घरी,
मुखवट्यांचे प्रदर्शन मी नेहमीच भरवत असतो!

आयुष्य नवे सापडले

नभी इंद्रधनुष्य किती सुंदर कोरले होते!
भावनेच्या ओलाव्यानी मन कसे भरले होते!

आज मनाला मळभ येणे शक्य नव्हते,
जरी सूर्याचे मावळणे आज ठरले होते!

आनंदाचे तरंग अंतरी किती सहज उमटले,
विशाल स्वप्न हवेत थोडे उरले होते!

दुःखाचे डोंगर टिकणार असे किती दिवस,
आशेच्या शिडावर वाऱ्याला गीत स्फुरले होते!

आयुष्याचे नवे नक्षत्र आज नभी उगवले,
कृष्णाला अचानक राधेचे गीत स्मरले होते!

कल्लोळात आज तरल शांततेचा थाट होता,
गाभाऱ्यात अभंगाचे बोल बेमालूम पेरले होते!

पुनर्जन्म

उगवत्या भास्करात मला 'आधार' मिळाला
पाणी खळाळताना बघून मला 'आवाज' बिलगला.
पक्ष्यांच्या कूजनात मला 'स्वर' दिसला.
या हिरव्या रानात मला 'आशियाना' गवसला.
ठिपके मृगांचा मला 'श्रुंगार' भावला.
बर्फाच्या पर्वतावर मला 'देव' सापडला
ताऱ्यांच्या गर्दीत मला 'सहभाग' जाणवला.
रातकिड्यांच्या आवाजात मला कवितेचा 'शब्द' आठवला.
या लोभस निसर्गात मला आधीचा 'जन्म' स्मरला.

तू परत येणार म्हणून

तू परत येणार म्हणून
मी 'ती' पहाट रंगवून आले!

तू परत येणार म्हणून
थकलेल्या पणतीवरचे काजळ लावून आले!

तू परत येणार म्हणून,
धुक्यात सारे गुलाब उधळून आले!

तू परत येणार म्हणून,
ढगात जरासे पाणी शिंपडून आले!

तू परत येणार म्हणून,
पायवाटांचे डोळे साफ करून आले!

तू परत येणार म्हणून,
कोवळ्या किरणांचे कुंकू लावून आले!

तू परत येणार म्हणून,
कोकिळेला सारे राग शिकवून आले!

तू परत येणार म्हणून,
बगळ्यांची माळ तुझ्याकडे पाठवून आले!

राजसा तू परत येणार म्हणून,
तो ध्रुवतारा नभी सजवून आले!...

अपूर्ण

विरहाची रात्र संपता संपत नाही.
प्रणयात कधी निवांत बसत नाही.

तो ध्रुव तारा काही केल्या हलत नाही.
माझा 'पुण्याचा' घडा कधी भरत नाही.

उत्खननातदेखील कधी 'सुख' मिळत नाही.
लख्ख प्रकाशात दु:ख पिच्छा सोडत नाही.

उन्हाळी थंड पाण्याचा प्रवाह सापडला नाही.
हिवाळ्यात उष्ण पाण्याचा झरा दिसला नाही.

या भूमीवर चालावेसे वाटत नाही.
अवकाशात उडावेसे वाटत नाही.

मागचा जन्म कधी आठवला नाही.
हा जन्म कधी झेपला नाही...

माझ्या खास मैत्रिणी

एकाने नाक खुपसत विचारले
कोणाला 'मेसेज' करतोस सारखे?
म्हणलं हिच ती वेळ, सांगून टाकावे सारे...
माझ्या खास मैत्रिणींशी गुफ्तगू करतो रे.
तो डोळे वटारून म्हणतो कसा,
सांग बरं सगळ्यांची नावे?
मी जरा घसा खाकरला
स्मरले त्या आदिमायेला
सुरु केला नावांचा सिलसिला...
ही बघ ही 'कल्पना', तिच्याविना येत नाही 'रचना'
'प्रतिभे'शिवाय तिचे पान हलेना
'सरस्वती'शिवाय तिला मांडता येईना
'रचने'शिवाय अधुरी ही 'कविता'
मुक्तछंद का असेना, तिला हवी 'प्रेरणा'
'संगीता'विना एकटी भासे 'गीता'
'गीता'विना काय उपयोग त्या वीणेचा?
गीत गायला हवी गेयता
लतादिदींशिवाय कोणी आवडेना...
स्त्रीशिवाय वेड्या मी अधुरा
यांच्याविना माझा कागद कोरा....

देवाण-घेवाण

नदीने नेहमीच समुद्राला वरले,
पण, पाणी आजही चवदार लागले!

ढगाने सूर्याला गडप केले,
पण, सूर्याने सूड घेतल्याचे नाही पाहिले!

पावसाने भूमीशी लग्न केले,
पण, भूमीने ओलाव्याला बांधून नाही ठेवले!

हत्तीने झाडपाला चाखल्याचे पाहिले,
पण, पाल्याने विष कधी नाही चाखवले!

सूर्याला हिरव्या रंगात निजल्याचे पाहिले,
पण, झाडाला झुरवल्याचे नाही आढळले!

देणारा देत होता, घेणारा घेत होता,
घेणाऱ्याला गुलाम केल्याचे फक्त माणसात बघितले...

चूक कोणाची?

जे बियाणे मला दिले आहे!
तेच शेतात उगवले आहे!

माझ्या भुकेची एवढी काळजी नको,
उगवलेलेच मी खाल्ले आहे!

सज्जनपणाला किमंत छोटी
साधे जेवण मला अजीर्ण झाले आहे!

मेहनतीचे फळ गोड कसे असणार,
मूळ बियाणेच जर किडले आहे!

उपायाचे नक्षत्र आकाशात दिसले नाही,
लाचारीचे फूल डोळ्यात पडले आहे!

मातीचा कस बघून आता कुठला फायदा?
दुष्काळाचे पर्व आज सुरू झाले आहे!

अस्थिर मी आणि दारू

नेहमीच मी पाण्याचा चाहता!
नेहमीच माझा प्रवाहाचा रस्ता!

दुःखे पण माझी नेहमीच वाहणारी!
नैराश्याची सर पण नेहमी कोसळणारी!

दारू म्हणूनच सदैव माझ्या प्रेमाची
नितळ प्रवाहाची ती असे सम्राज्ञी

अस्थिर दारू म्हणजे माझ्या मनाची अवस्था
तिलाच फक्त कळतात माझ्या सर्व व्यथा

आयुष्य माझे धुंदीत, फक्त एका प्याल्याने
माझे अस्तित्व धरतीवर केवळ तिच्या असण्याने

पदच्यूत जरी मी असतो, तिच्या नसण्याने
जिवंत मी, रक्त अन् तिच्या लफड्याने

नेहमीच मजला वाटे, गाठावा तळ समुद्राचा
तिच्या घोटात होता नकाशा तिथे जाण्याचा

तिच्या अस्थिरतेमुळे, माझ्या मनास स्थिरता
पांग फेडले, करूनी एक कविता...

कमनशिबी

परडीतली काही फुले तिथेच निजली
मजकडून देवावर उधळायची राहून गेली...

चूक त्यांची जरी खचितच नव्हती
माझ्या भ्रमिष्टपणात ती सुकली होती

अपार सुगंधाने मला रागे भरत होती,
तामसी जरी, ती मन झुलवीत होती.

जरी निजली तरी ती झुरली होती,
आठवणीत जरी ती उरली नव्हती.

सुगंध असूनही ती तशीच सुकली,
'मी' 'मी' करण्यात ती कमी पडली.

नक्की काय ?

जिंकलास म्हणून संपलास ?
का हरल्यामुळे कधी जिंकलाच नाहीस ?

अशक्य ते सहज शक्य केलेस ?
का सहज शक्य होते ते अशक्य केलेस ?

यशशिखरावर एकटा होतास म्हणून कंटाळलास ?
का एकटा युद्ध लढलास म्हणून यशास मुकलास ?

जीवन म्हणजे काय हे उमजले म्हणून जगलास ?
का जगण्याच्या स्पर्धेत जगायचे विसरलास ?

शब्द सापडले म्हणून हरवलास ?
का शब्दांना मुकलास म्हणून हरलास ?

मी परत आलो

डाव्या अंगाला होता प्रवाह नदीचा
उजव्या अंगाला होता चिनार ग्रीष्माचा
समोर ढगात हरवला होता पर्वत महादेवाचा.
त्रिकुटामध्ये मी होतो, वंश आदिमानवाचा...

भावनांचा आवेग होता त्या प्रवाहाला,
ग्रीष्मामध्ये लपला होता कोंब नव्या आशेचा
समोर ढगात लपला उषःकाल माझ्या भविष्याचा
त्रिकुटामध्ये झुरत होता, वंश आदिमानवाचा...

नदीतली ती भलीमोठी शिळा
ओळखीची वाटत होती मला
कैक वर्षांचा होता अभिमान
शांत प्रवाहाने आज अखेरीस दुभंगला...

हजारो वर्षांनी मी आज परत आलो,
तेव्हाही मी बिंदू होतो,
आजही मी बिंदूच भासलो...

'पुन्हा हजार वर्षांनी भेटू...'
शिळेला वचन देऊन परत निघालो....

जादुई दुनिया

मला बिलगणारे जरी अनेक होते
वादळात सोडणारे पण तेच होते.

वाढदिवसाला फक्त दोन माणसं आली
स्मशानात नेताना मात्र चार झाली.

यशाच्या सोहळ्यात होते शंभर वळू
अपयशाच्या वाटेत चिकटल्या शंभर जळू

मोबाईल नंबर होते सगळ्यांचे माझ्याकडे
तरी या मनाचे त्या मनाला कधीच नाही कळाले

अजून किती सांगू?
शब्दांचे साठे संपले

या जादुई दुनियेचे अंतरंग तरीपण नाही कळाले
कालचे गोड हास्य आज एकाएकी का बरं विरले ?

स्त्रीचं जीणं

कोणासाठी तरी झुरायचं
कोणासाठी तरी थबकायचं
कोणासाठी तरी थांबायचं
कोणासाठी तरी झेलायचं
कधीकधी वाटतं नको ते स्त्रीचं जीणं...

कोणासाठी तरी वाहायचं
कोणासाठी तरी रहायचं
कोणासाठी तरी जगायचं
कोणासाठी तरी रडायचं
कधीकधी वाटतं नको ते स्त्रीचं जीणं...

कधीतरी एकटीनं बोलायचं
कधीतरी स्वतःलाच समजावयाचं
कधीतरी स्वतःवरच रागवायचं
कधीतरी स्वतःलाच पारखायचं
कधीकधी वाटतं नको ते स्त्रीचं जीणं...

नियमांचं पालन करायचं
संस्कृतीचं आचमन करायचं
बेड्यांमध्ये अडकून रहायचं
'त्याला' उधळलेला बघायचं
एक दिवस अचानक गायब व्हायचं
इतिहासाला देखील कळू नाही द्यायचं
मृत्यूपश्चात स्वतःला विचारायचं
हेच असतं का स्त्रीचं जीणं?...

प्राक्तन

श्रावणाची सर फक्त दिनकरासाठी झुरली!
भिजणारी 'ती' मात्र प्रेमाची लढाई हरली!

सज्जन माणसांच्या जीवनी नेहमीच हेटाळणी,
शुष्क पाने मात्र पाण्यावर सहज तरली!

वाऱ्यातही नव्हता आता तिचा सुगंध,
ती साधी परडी फुलांनी काठोकाठ भरली!

कोकिळेला प्रयत्न करून नवे सूर सापडले,
माझी दु:खाची वावटळं अजून नाही सरली!

प्राक्तनात असेल ते मला मिळणार असे ठरले,
फाटक्या खिशात दमडीही नाही उरली!

आशेची पालवी सूर्याने केली कवडीमोल,
वसुंधरा तरी हिरवीगार डवरली!

गाभाऱ्यात अखेरीस मी टेकवले गुडघे,
आयुष्याच्या काळरात्री सारी पुंजी हरवली!

रडगाणे

तिचे ते दुःख होते,
पण माझे ते रडगाणे होते.

    तिच्या पत्रातून मला दुःख उमजले,
    पण माझे साधे अक्षर तिला नाही कळाले.

तिच्या समस्या पिंपळा एवढ्या,
पण माझे रोपटे कधीच नाही वाढले.

    तिच्या बागेचा मी आजन्म माळी,
    पण माझा एकही सातबारा नाही.

तिची गोष्ट होती मोठी डोंगराएवढी,
पायथ्याशी माझी साधी झोपडी नाही.

    परतीच्या वाटेवर धोंडे मलाच मारले,
    तिच्या वाटेवरचे काटे तरी मीच काढले.

तिचे ते अजूनही दुःखच होते,
माझे रडगाणे मात्र आज एकसुरी होते...

खरे जग

अरूणाचा तांबूस पोशाख भावला
कोवळ्या किरणांचा अभिषेक अनुभवला

विरळ धुके सूर्याशी लढत होते
अस्तित्वासाठी प्रत्येक जीव धडपडत होते

तळ्याकाठी मिळाली अमृत मिश्रित हवा
आकाशी रेंगाळलाय पक्ष्यांचा सुरेख थवा

चोहीकडे नितळ सौंदर्य निसर्गाचे अलौकिक असे
माझ्यासारखा ठिपका पण किती शोभून दिसे

हिरवागार निसर्ग किती स्तब्ध भासतो
पडद्यामागील कलाकार आम्ही कुठे जाणतो

निसर्ग प्रेमात पडावा असाच नेहमी घडतो,
मनातील जळमटे दूर केल्यावर कळाले,
'तो' नाही 'मी' आभासी जगात फसलो होतो!

बरे असते जर

बरे असते जर माझ्या मेंदूला तडे असते,
दुःखाचे झरणे बोचले तरी नसते.

काळोखाहुनी अधिक काळा मी सैतान बघितला,
जागीच खिळणे तरी झाले नसते,
बरे असते जर माझ्या...

आयुष्य केव्हाच थांबले आहे,
मी तोच दिवस पुन्हा पुन्हा जगत आहे,
असले विचारच कधी आले नसते,
बरे असते जर माझ्या...

कधी कधी सैतानच येतो गिळायला,
मनात शिरून मला आतून पोखरायला,
शरीर असे पोकळ तरी झाले नसते,
बरे असते जर माझ्या...

आता मी लेखणी विझवून झोपणार,
कोवळी किरणे पिऊन नवीन प्रश्न शोधणार,
शक्यतांचे दरवाजे निदान उघडले तरी नसते,
बरे असते जर माझ्या...

पाऊलखुणा

तुझ्या पाऊलखुणा नदीकिनारी दिसल्या!
तुझ्या पाऊलखुणा मंदिरात सापडल्या!

तुझ्या पाऊलखुणा मी रानावनात शोधल्या!
मृगसमूहात मी त्या हुडकल्या!

तुझ्या पाऊलखुणा गर्दीत हरवल्या!
धुळीत होत्या उमटल्या पण,
अल्लड वाऱ्याने पळवल्या!

साच्यात बसवायचा व्यर्थ प्रयत्न माझा!
नादान पावसाने त्या पिऊन टाकल्या!

तुझ्या पाऊलखुणा पैंजणात नादल्या!
परतीच्या वाटेवर धुळीत दिसल्या!

आजही शोधतो अर्थ खरा तुझा,
माझ्या विरहाच्या खुणा कवितेत सापडल्या!

कृती महत्त्वाची

मोग-याचे ताटवे सुंदर पहुडले निवांत क्षणी
ओंजळीत भरूनी त्यांना सुवास घेतो मी

लांब उभा होता एक स्वयंघोषित ज्ञानी
सुकलेले मोगऱ्याचे झाड दाखवे अभिमानानी

नक्की काय म्हणायचे होते?
कळले ना मला कधी...

सुवास घेणे त्यालापण जमेल की
वाळलेल्या वर्तमानाकडे बघ कधीतरी

कृती करण्यास त्याला अडवले नक्की कोणी?
भूतकाळातच आजही रमला आहे गडी...

वर्तमानातली 'कृती' फार महत्त्वाची
घरी बसून स्वातंत्र्य कोणा मिळाले कधी?

सहजच एक विचार डोकावला माझ्या मनी
'सुवासाची' अनूभुती त्याला कळणार का कधी?

कधीतरी

धकाधकीच्या जीवनात अजून किती मरणार!
कलेच्या अविष्काराला कधी भेटणार!

उष्ण हवा ही नित्याचीच,
आयुष्याचा सोहळा कधी अनुभवणार!

काल आणि उद्यामध्ये 'काळपण' जगत नाही,
आजचा चंद्र कुशीत कधी विसावणार!

भस्माच्या ढिगाऱ्यात नसतो सुवास,
गुलाबातील मधमाशी कधी बनणार!

हतबलतेतून विरक्तीचा हुंकार,
उगवत्या सूर्याला कधी बिलगणार!

स्वर्गाचे द्वार दिसते अवकाशात,
मनाची कवाडे कधी उघडणार!

निष्कांचन

कांचन वृक्ष उभा माझ्या दारात!
निष्कांचन माझी झोळी, कण नाही सुपात!

तृष्णेला माझ्या सांगा समुद्राचा पत्ता,
जरी आहे प्रवाह माझ्या मावळात!

विजयी भुकेला माझ्या अंत नाही,
जरी अश्वमेध घोडा चरतो माझ्या दारात!

तमात शोधतो मी आनंदी वाट,
जरी चंद्रसूर्य उगवे माझ्या आभाळात!

उर्जाहीन झाले आहे माझे आयुष्य,
उर्जा अक्षय्यतेचा नियम जरी माझ्या पुस्तकात!

तिचे फुलणे कधी न कळले मला,
जरी सदाफुलीचे रोप माझ्या दारात!

एकटी

नदीत किरणे पसरवून,
तू कुठे चाललास?
बघ एकदा मागे वळून
अतृप्त रे तिचा आत्मा!

देवून झळाळी तिच्या मनाला,
मैफिल अर्धवट सोडलीस!
संथ जरी वाहते ती,
एकटी ती, गूढ होती तिची खोली!

राग तुझा उगाच होता,
धुक्यात तिचा जीव नव्हता!
तिच्यात किरणे गुंतवायची सोडून,
इंद्रधनुष्य दिलेस त्या नादान धुक्याला!

लालबुंद होवून अस्ताला गेलास,
तिची ऊब काढून निघालास!
पाणी नव्हे होते अश्रू सारे,
ओळख मिटवून मिळाली त्या सागरास!

मोक्ष

जन्म का मृत्यू?
मी कोणाच्याच पक्षात नव्हतो रूजू

जन्म पक्षाची विचारसरणी अती उजवी
मृत्यू पक्षाची पराकोटीची डावी
विकासाच्या मुद्यावर दोघांनी भाजली
राशीभविष्याची खमंग पोळी

मतदानाच्या दिवशी जाम गोची झाली
'जन्म' पक्षाकडे तरूण-तरूणी
'मृत्यू' पक्षाकडे वेडे अन् रोगी
पांढऱ्या केसांचे आम्ही होतो फक्त 'अभागी'!

मतदान न करताच मागे वळालो,
खिन्न मनानी आरश्यात बघत बसलो!

'मोक्ष' पक्षाचा अखेरीस उदय झाला.
मतदानाचा दिवस पुन्हा एकदा उजाडला
उमेदवार लेकाचा माजी मृत्यू पक्षीय निघाला

जन्म-मृत्यू-मोक्ष सगळे आतून मिळालेले
हे सरकार पाडायचे कसे हे मला अजून नाही कळाले...

जन्म थांबत नव्हते,
मृत्यू होणारच होते,
मोक्ष कायदा येणार कसा?
मोक्षाचे एकही सीट आजही लोकसभेत नव्हते...

खाणाखुणा

ती वेळ मस्त पहुडली नदीकिनारी,
सांजवेळी माझी पावले तिथेच थबकली!

तिची रेखीव पावले मातीत उमटली,
अन् दाहीदिशांची एक दिशा झाली!

मी स्तब्ध उभा अजूनही तिच्यासाठी,
सांगावा धाडा, वेळ नाही माझ्याहाती!

आळस देवुनी वेळ तडक निघाली,
पत्रासाठी मजकडे आज लेखणी नव्हती!

बुडत्या सूर्याला काही क्षण थांबवुनी,
माझी पावले तिच्या शेजारी उमटवली!

भाषेच्या क्लिष्टतेची खरंच गरज नव्हती,
खाणाखुणांच्या जातीचा बनलो प्रेमी मी!

कल्लोळ

त्या कल्लोळात मी शांत एकटा उभा होतो
वाल्याचा वाल्मिकी मी आज हताश होतो

बुद्धीच्या घसरत्या आलेखात मी वेडा ठरलो,
सरस्वती अदृश्य झाली, मी शहाणा कधी होतो ?

देव माझे पाण्यात कैक शतके बुडलेले,
विसर्जनाचा दंगा मी स्तब्ध होऊन बघत होतो

येरेगबाळे परवाचे रिकामटेकडे,
त्यांचे माकडचाळे मी सहन करत होतो

आज माझे विचार मीच पुन्हा वाचले,
मीच कुठेतरी काल चुकलो होतो

कल्लोळाला प्रारंभ नव्हता, अंत दिसत नव्हता,
सुरुवातीला मला मी अभ्यासत होतो

येथे प्रत्येकजण राजहंस, पदोपदी भेटणारे पंडित,
माझ्या कवितांची होळी मी दग्ध होऊन बघत होतो

त्या कल्लोळात मी शांत एकटा उभा होतो,
त्याच्या अंतिम यात्रेची वाट आज मी बघत होतो...

हर हर महादेव

भला उभा तो वृक्ष द्यावा फेकुनी
यावे एकदा सहजच वाघाचे दात मोजुनी
झुंज घ्यावी महावानराशी, छाती बडवुनी
मदमस्त हत्तीला एका बुक्कीत लोळवुनी
ढेकर द्यावी तो विजेचा लोळ पिउनी
महाकाय लाटेला एका फुंकरीत उडवुनी
सहज वाटे मजला व्हावे महाकाय अस्मानी

पराभवाच्या छायेत जरी असलो मी
विजयाची आशा कधी सोडे न मी
कोसळत्या पाण्याखाली बसुनी
ते प्रपात अंगावर घेईन मी
महादेवाचा गजर करूनी
युद्धाला पुन्हा सज्ज मी...

ज्ञानाची आस

ज्ञानसागर बघून जीव माझा दडपला
अगस्त्य मुनींनी तो ओंजळीतुनी प्यायला

ज्ञानवंतांच्या प्रतिभेने फिटले डोळ्यांचे पारणे
भास्कराला सहज देउनी गेले अरूणाचे लेणे

सरस्वती ज्यांच्या कळसावर वास करी
गणपती ज्यांच्या लेखणीवर निवास करी

अशा विभुतींची स्थाने मजला दाखवा
नक्षत्रांमधला अचूक तारा मजला सांगा

ज्ञानाची रिती ही माझी परडी
प्राजक्ताच्या झाडाला लागली वाळवी

हे असंख्य सूर्यांनो पुन्हा प्रदीप्त व्हा
अंधारात थिजलेल्या मानवाला बाहेर खेचा

मंदिराचे कळस आता कोसळायला आले
सारासार विचारांचे अभियंते गायब झाले

ज्ञान मिळवणे खरंच का एवढे अवघड होते
अंकुराला वृक्षात घडायचे इतके वावडे का होते?

जीवनपथ

कधी न कळले उराशी मी काय जपले!
अपयशाचे कडवट प्याले मी सहज रिचवले!

प्रदीप्त सूर्यामुळे होते पानांचे हिरवेपण,
माझे जीवन मात्र चांदण्या रात्रीत जळाले!

आयुष्य जगायच्या तुमच्या बेगडी कल्पना,
दरडीखालचे दबलेले आत्मे तुम्हांस न दिसले!

उंच होण्याच्या स्पर्धेचे निमंत्रण होते,
माझ्यासमवेत तुम्ही फुकाचे पळाले!

माझे चरित्र लिहावयास जमले कित्येक,
दरवाज्यावर म्हणूनच उंबरठे सजवले!

जीवनपथावर गुणगुणली मी कित्येक गाणी,
तुमचे आत्मे मात्र मला विपन्नावस्थेत दिसले!

अपेक्षा

प्रभाकर आज अचानक ढगांमध्ये हरवला!
हाय, माझ्या हक्काचा किरण आज मला विसरला!

गुलाबांच्या होत्या सभोवताली कित्येक बागा,
हा भ्रमर एकाच फुलासाठी झुरला!

नदीच्या त्या विशाल मनी भावनांचा गोंधळ,
तरी तो लाकडी ओंडका महापुरात तरला!

चंद्राने सूर्याला सहज गिळल्याचे दाखवले,
नियमांचा गुलाम तो काळ, उसासा टाकून सरला!

आशेचा पक्षी मला दिशा दाखवत होता,
मी अंधारात अन् तो सूर्योदयाची वाट बघत बसला!

अपेक्षांच्या सीमापल्याड होते घर माझे,
वाटाड्या नेमका आजच वाट चुकला!

आयुष्याची कथा

शुष्क नदीवर धरण बांधतो मी!
ऐका जरा, माझ्या आयुष्याची कथा सांगतो मी!

खोट्या आशेचा मजवर जागता पहारा,
कागदी होड्या रोज पाण्यात सोडतो मी!

नाटकी चांगुलपणा माझी झोपेची गोळी,
मदत केल्याचा सोहळा आवर्जून साजरा करतो मी!

भ्रमिष्ट सल्लागारांचा आहे मी चाहता,
दलदलीच्या प्रदेशात घरं बांधतो मी!

इवलेसे, छोटे, गोंडस आयुष्य माझे,
काळजीचे सूर रोज आळवतो मी!

माझ्या पैशांच्या राशी स्वर्गापर्यंत पोहोचल्या,
पुढच्या पिढीचे कोसळणे डोळ्यांदेखत बघतो मी!

साधी राहणी माझा स्थायी स्वभाव,
रोखे बाजारात नफ्याचे सूत्र शोधतो मी!

मधमाशी

ती मधमाशी मध गोळा करणारी,
गुणगुणणारी अन् फुलांवर बागडणारी,
माझ्या मनास सतत मोहवणारी,
ती मधमाशी स्वैर उडणारी...

अधिक पराग मजजवळ मागणारी,
बाग दिली मी, फुलांनी बहरणारी,
धन्यवाद मला कधीच न म्हणणारी
ती मधमाशी निसर्गाला जपणारी...

एके दिवशी तिच्या सखीवर अनाहूत बसलो मी,
विषारी डंख मारून ओरडली मला ती,
मधमाशीला सारा प्रसंग कथन केला मी,
सजवली सुंदर बाग तुम्हांसाठी मी,
तरी अजाण चुकीची शिक्षा दिलीत तुम्ही...

माझ्यावर हसत 'ती' म्हणाली कशी,
निसर्गाचे घटक मैत्रीण आणि मी,
'तो' जे देतो ते उपभोगतो आम्ही...

सिमेंटची सर्वदूर बांधकामे किती,
फुलांची बाग ठेवलीत कुठे आमच्यासाठी?
सजवलीस बाग ते उपकार थोडीच?
उद्ध्वस्त केलेस त्याची ही भरपाई...

आक्रमकता ही 'प्रतिक्रिया' रोजची,
साधला असता निसर्गाचा समतोल तुम्ही,
आम्हाला तुमच्या जागेवर बसायची वेळ आली नसती...

संयम

ती अदृश्य डोंगररांग,
भोवतीचे आभाळ सारे
गिळले होते कृष्णमेघाने...

त्रस्त माझी गात्रे
त्रस्त माझा आत्मा,
कधी सरतील मेघ
दिसतील कधी चंद्र-तारे?

मी होतो अधीर
परिस्थिती तशी गंभीर
संयमाचा सारा खेळ होता
रे अधीर मना तुला कधी कळणार होता?

काळे मेघ सरले
नभी तारे उजळले
भविष्य समोर दिसले
फार उज्ज्वल भासले

जो झाला अधीर
तयाचे भविष्य झाले अस्थिर...

जीवन सूत्र...

प्राण्यांसारखे जगा मुक्त!
माणसासारखे व्हा व्यक्त!
हेच जीवनाचे खरे सुक्त!

सोज्वळ स्वार्थाला
गोंडस गरजेला
अस्वस्थ आकर्षणाला
माणसं 'प्रेम' समजत आहेत

कुठल्याच शास्त्रज्ञानं 'दिशा' बघून
शोध लावल्याचे ऐकिवात नाही.
दिशा बघूनही आपली 'दशा' का झाली
याचे उत्तर आपण शोधत नाही.

निराशा ही आशेच्या झाडावर वाढणारं बांडगूळ आहे
आशा जेव्हा ज्ञान मिळवायची असते
तिथे निराशा कधीच पदरी पडत नाही.

आपली प्रतिभा आणि समज सामान्य आहे
ही गोष्ट माणसं आजकाल 'अभिमानाने' सांगतात

स्त्रीला मूर्ख ठरवणं सोपं होतं
म्हणूनच की काय,
पुरूषाला स्वतःमध्ये बदल घडवणं कठीण जात होतं

माझे शब्दबाण ज्यांना भिडले
ते माझ्या मैफिलीत सामील झाले.
काही बाणांनी अचूक लक्ष्य वेधले,
त्यातले काही घायाळ झाले
तर काही धारातीर्थी पडले.
माझ्या अक्षय्य भात्यातले बाण मोजू नका,
या विचारांच्या लढाईत
तुमच्या बाजूने उतरणारे किती उरले?

※---------※

प्रत्येक माणसाच्या स्वभावाला
एक काळी छटा असते,
पण ती लपवायची कशी?
हे फक्त चंद्रालाच माहिती असते..

※---------※

प्रेम हे खळाळत्या पाण्यासारखं असावं.
धरण बांधलं की ते अपेक्षांचं डबकं बनतं

※---------※

तुम्ही मला 'वेडा' म्हणालात
याचं मला कधीच वाईट वाटलं नाही
तुम्ही स्वतःला 'शहाणे' सिद्ध करू शकला नाहीत
याचं अप्रूप मात्र नेहमी वाटलं..

※---------※

भ्रम आणि दाताची कॅप दोघांचं नशीब सारखंच असतं,
फार काळ साथ देत नाहीत...

※---------※

सरस्वती रुसल्यावर काय होतं हे पहायचं असेल तर,
इन्स्टाग्रामवरचे ट्रेंड जरूर बघा...

※---------※

भूतकाळ बदलता येत नाही
आणि वर्तमान माझ्याकडे मंदपणे बघत बघत
भूतकाळ होत असतो...

☙ ──────── ❧

जीवन हे प्रतिक्रियावादी बनले आहे,
चांगला बदल तेव्हाच घडेल
जेव्हा आपण क्रियावादी बनू...

☙ ──────── ❧

कशाला झुरायचं दुसऱ्यासाठी
जेव्हा स्वतःलाच जन्माला येण्याचं कारण माहिती नसतं...

☙ ──────── ❧

सूर्यावर हायड्रोजन ते हेलियम या प्रक्रियेमध्ये
जी प्रचंड उर्जा बाहेर फेकली जाते,
ती मला 'कोवळे ऊन, तापलेलं ऊन आणि मावळतं ऊन' या रूपात मिळते...
तसं मी कधीच 'फळाची' अपेक्षा केली नाही,
पण 'हापूस' आंब्याला कधी नाही म्हणू शकलो नाही!

☙ ──────── ❧

देवाला हरवण्याचं सामर्थ्य फक्त एकाच गोष्टीमध्ये आहे-
भ्रष्ट व्यवस्था...
जे विज्ञान नाही करू शकलं
ते ही भ्रष्ट व्यवस्था करू शकते...

☙ ──────── ❧

दबा धरून बस गड्या,
तुझी पण वेळ येईल,
नशिबाचं सावज तुझ्यापण टप्प्यात येईल...

☙ ──────── ❧

आयुष्य कसं उल्केसारखं असावं
क्षणिकचं पण विलोभनीय दिसावं-

☙ ──────── ❧

लिहिणाऱ्या हातांना 'सकाळ'चे पाठबळ

#पुस्तकप्रकाशितकरणंझालंसोपं

सकाळ प्रकाशन

प्रत्येकाला वाटत असतं आपण लिहिलेलं पुस्तकरूपात यावं. लिहिणाऱ्या सर्जनशील हातांसाठी 'सकाळ प्रकाशन' घेऊन येत आहे, एक अनोखा उपक्रम! प्रस्थापित लेखक, नवोदित लेखक, अभ्यासक, संशोधक, विविध क्षेत्रांतील तज्ज्ञ, असे कुणीही सहभागी होऊ शकतील.

#AnyoneCanPublish च्या चार सुटसुटीत स्टेप्स

- आपली संहिता किंवा ready-to-print file आम्हाला इमेलवर, whatsApp, किंवा प्रिंट स्वरूपात पाठवा (संपर्कासाठी खाली पहा)
- मिळालेल्या संहितेचे / पुस्तकाचे रिव्ह्यू केले जाईल
- त्यानंतर तुम्हाला योग्य तो प्रस्ताव पाठवला जाईल
- तुमच्याकडून प्रस्तावाला मंजुरी मिळाल्यावर करार आणि प्रकाशन प्रक्रियेला लगेच सुरुवात

सहभागाचे फायदे :

- अत्यंत कमी वेळात आणि रास्त खर्चात उत्तम सेवा
- पुस्तकांच्या मागणीनुसार पुरवठा
- अगदी एक प्रत ते शंभर, हजार कितीही प्रती छापून वेळेत पोहोच करण्याची स्वतंत्र यंत्रणा 'सकाळ'कडे उपलब्ध
- ७२ तासांत पुस्तकाची प्रत मिळवा
- ॲमेझॉन, फ्लिपकार्ट यांसारख्या विविध ecommerce प्लॅटफॉर्म्स वर पुस्तक विक्री
- कधीही, कुठंही पुस्तकं उपलब्ध

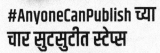

सकाळ मीडिया प्रा. लि.
५९५, बुधवार पेठ, पुणे - ४११००२.

अधिक माहितीसाठी  ८८८८८४९०५०

ई-मेल : sakalprakashan@esakal.com

www.sakalpublications.com

Follow us on

लेखक परिचय

प्रणव लेले (वय ३६) यांनी रसायनशास्त्रात(Organic chemistry) पदव्युत्तर शिक्षण पूर्ण केले असून सध्या ते स्वतःचा व्यवसाय सांभाळत आहेत. भटक्या प्राण्यांच्या विश्वात त्यांनी विशेषरित्या काम केले आहे. सध्या ते दहा भटकी कुत्री आणि पाच भटक्या मांजरी यांना रोज उच्च दर्जाचं खाणं आणि औषधोपचार पुरवतात. व्यवसाय वाढीबरोबरच ते कामगारांच्या मानसिक आणि शारिरिक आरोग्याकडे विशेष लक्ष पुरवतात तसेच आजूबाजूचा परिसर हिरवागार होण्यासाठी ते विशेष आग्रही असतात. ऑक्टोबर २०२२मधे त्यांनी कामगाराच्या अर्धा एकर पडीक जमिनीवर १५० औषधी वनस्पती लावून निसर्गाला एक भेट देऊ केली. हा उपक्रम ते त्यांच्या आयुष्यातील एक महत्वाचा उपक्रम मानतात. लहानपणापासून त्यांना वाचनाची विशेष आवड आहे. ऐतिहासिक कांदब-या वाचन ते अधिक करतात. अध्यात्म, पुनर्जन्म आणि मानसशास्त्र यावर त्यांचा अभ्यास आहे. वाचनाबरोबर भटकंती, पाककला, लेखन, क्रिडा, चित्रकला असे इतर छंद आहेत. शरीरसौष्ठव आणि योगासने यांची आवड आहे.

पुरातन भारतीय संस्कृतीविषयी त्यांना आदर आहे. हिंदु आणि वैदिक परंपरा या दोहोंवर त्यांचा अभ्यास चालू असतो. ते वैश्विक उर्जेला (आदिमाया) उच्चस्थानी मानतात आणि शिवाला तिचे पूर्ण रूप समजतात. छत्रपती शिवाजी महाराज हे त्यांचे आराध्य दैवत आहेत आणि सध्या ते त्यांच्यावर 'शिवकाव्य' नावाचा कवितासंग्रह लिहित आहेत. तसेच त्यांनी एका कादंबरीचे लेखन पूर्ण केले असून ते प्रकाशनाच्या मार्गावर आहे. नवीन कादंबरीचे लेखन त्यांनी चालू केले आहे. त्यांचे वास्तव्य सध्या पुणे शहरात आहे.

www.ingramcontent.com/pod-product-compliance
Lightning Source LLC
LaVergne TN
LVHW020136230825
819400LV00034B/1180
* 9 7 8 9 3 9 5 1 3 9 4 9 6 *